'The Seed of Compassion' या इंग्रजी पुस्तकाचा अनुवाद

करुणेचं बीज

परमपूज्य दलाई लामा यांचे जीवन आणि त्यांच्या शिकवणीतून मिळणारे धडे

मूळ लेखक - परमपूज्य दलाई लामा

चित्रकार - बाओ लु

अनुवाद - योजना यादव

मेहता पब्लिशिंग हाऊस

THE SEED OF COMPASSION by His Holiness the Dalai Lama

Translated into Marathi Language by Yojana Yadav
© Mehta Publishing House Pvt. Ltd., Pune (India)
Year of Publication : August, 2021

करुणेचं बीज / बालसाहित्य
अनुवाद : योजना यादव

संस्थापक : सुनील अनिल मेहता

प्रकाशक : मेहता पब्लिशिंग हाऊस प्रा. लि.,
१९४१, सदाशिव पेठ, माडीवाले कॉलनी, पुणे – ४११०३०.
✆ ०२०-२४४७६९२४
E-mail : author@mehtapublishinghouse.com
Website : www.mehtapublishinghouse.com

मुद्रक : श्री मुद्रा

प्रथमावृत्ती : ऑगस्ट, २०२१ । पुनर्मुद्रण : फेब्रुवारी, २०२४

किंमत : ₹ ९५

P Book ISBN 9789391151058

THE DALAI LAMA

मला जगभरातील कैक देशांना भेट देण्याची संधी मिळाली. त्या भेटींदरम्यान मी अनेक मुलांना भेटलो. त्यांच्याशी संवाद साधला; पण जगातल्या सर्व मुलांना प्रत्यक्ष भेटणं मला शक्य नाही. म्हणूनच माझ्या चिमुकल्या बंधू-भगिनींनो, माझ्या गोष्टीच्या रूपाने तुमच्या भेटीस येत असताना मला खूप खूप आनंद होतो आहे.

या पुस्तकात मी माझ्या लहानपणीच्या आठवणी जागवल्या आहेत. किस्से सांगितले आहेत. माझ्या आईकडून आणि इतरांकडून घेतलेले जीवनाचे धडेही इथे मांडले आहेत. आपल्या सर्वांमध्येच करुणेचं बीज असतं. ते बीज माझी आई आणि भोवतालच्या लोकांनी माझ्यात कसं रुजवलं, तेही मी मांडलं आहे. मला आशा आहे, की ते करुणेचं बीज तुमच्यातही बहरावं, यासाठी माझी गोष्ट उपयोगी ठरेल. आणि हे जग मानवतावादाच्या अखंडतेच्या जाणिवेसह अधिक करुणामय व्हावं, यासाठी मदतगार ठरेल.

२५ नोव्हेंबर, २०१९

माझा जन्म उत्तर-पूर्व तिबेटमधल्या आमदो प्रांतात झाला. आमच्या गावाचं नाव तक्तसर. आमचं गाव म्हणजे उंचच उंच शिखरांचं गाव. स्वच्छ, निर्झर आणि नितळ झऱ्यांचं गाव. मोकळं निळंभोर आकाश आणि खूप खूप प्राणी असलेलं गाव. मोठमोठाले कुत्रे, शेळ्या, घोडी, याक, विंचू, कोंबड्या आणि गायीसुद्धा.

आकाशाला टेकणाऱ्या उंच अमी-चिरी पर्वतराजीच्या छायेत आमचं घर होतं.

आमचं शेतकरी कुटुंब होतं. माझ्या वडिलांचा पूर्ण दिवस घोड्यांची काळजी घेण्यात जाई. नाहीतर घोड्यांच्या व्यवहारात तरी. मी मात्र आईसोबत घरीच असायचो. तिला घरकामात मदतही करायचो.

आम्ही शेतात सत्तू, जुमणे आणि बटाटा लावायचो; पण आम्ही काही तेवढेच बी पेरले नाही. मी फार छोटा असल्यापासूनच आईनं माझ्यामध्ये करुणेचं बी पेरलं होतं. आईच्या मृदू वागण्यातूनच माझ्यात करुणेचं बी पेरलं गेलं. तिची माया आणि प्रेमाचा खुराक माझं पालनपोषण करत होता.

अनेकदा कोंबड्यांची अंडी गोळा करायचं काम माझं असायचं. मी ते फार मन लावून करत असे.

आई स्वयंपाक करत असली की स्वयंपाकघरातून घमघमाट सुटायचा. आमचा खास तिबेटी ब्रेड असलेल्या कोरीचा खमंग वास दरवळत असायचा. तेव्हा मी अंगणात विंचवांशी खेळण्यात दंग असायचो.

कधी कधी मी घराच्या छपरावर चढून बसे. आकाशाकडे झेपावणारे पर्वत न्याहाळायला ही एकदम मस्त जागा होती. तिथं बसल्याबसल्याच माझ्या मनात वडिलांबरोबर मेंढ्या चारायला गेलेल्या मोठ्या मुलांचा विचार येई. ती मुलं काय करत असतील बरं, असं वाटत राही. लवकर मोठं होऊन मेंढ्या चारायला जायची मला फार घाई झाली होती.

माझी उंचावरची आणखी एक खासम् खास जागा होती. ती म्हणजे आईच्या खांद्यावर. आईच्या खांद्यावर बसलं की त्या मोठ्या मुलांसारखाच मीही मोठा झालोय, असं वाटे. मी वडिलांपेक्षाही उंच झालेला असायचो. आईच्या खांद्यावर बसून फिरणंसुद्धा एकदम सोपं होतं. डावीकडे जायचं असलं की मी आईचा डावा कान ओढायचो. उजवीकडे जायचं असलं की तिचा उजवा कान ओढायचो. आणि तिला माझ्या सूचना समजल्या नाहीत किंवा तिनं दुर्लक्ष केलं की मी सरळ लाथा झाडत असे.

माझी आई भलेही मला लिहायला-वाचायला शिकवू शकली नाही, तरी मी तिच्याकडून खूप काही शिकलो. मी तसा खट्याळ मुलगा होतो; पण तिनं मला नेहमीच मायेनं वागवलं. कधी कधी मला वाटायचं, ती माझ्या बाबतीत थोडी जास्तच सहनशील असावी- त्यामुळे मी जरा बिघडलो होतो.

पण, तो तिचा स्वभावच होता. तिच्या अवतीभोवतीच्या सगळ्याच लोकांसोबत ती तशीच वागत असे. एके वर्षी आमच्या भागात दुष्काळ पडला आणि अनेक कुटुंबांना खायला पुरेसं अन्नच नव्हतं, तेव्हा आम्ही साठवलेलं सगळं अन्न आईनं आमच्या शेजाऱ्यांना आणि इतर गरजू लोकांना वाटून टाकलं.

तिचा हा दयाशील स्वभावच माझ्यात करुणेचं बी रुजवत होता. मी लहान असतानाच तिनं माझ्यावर प्रेमाचा संस्कार घडविला. प्रत्येकाला प्रेमानं वागविणं शक्य आहे आणि त्यांचं दुःख कमी करण्यासाठी त्यांना मदत करणंही शक्य आहे, हे दाखवून दिलं.

जसं एखादं उंच झाड ते ज्या अंकुरातून उगवलं, त्या अंकुराला विसरत नाही, तसं मी सतत माझ्या आईनं रुजवलेल्या करुणेच्या बीजाकडे परत येत असतो. ते बीज मी एक लहान मूल असताना किंवा प्रशिक्षण घेणारा साधू असतानाही सतत स्वतःसोबत वागवलेलं आहे. आणि आज, मी संपूर्ण जगभर हा करुणेचा संदेश देत आहे.

तक्तसरच्या खुल्या आकाशात मोठं होणं मला फार आवडत होतं; पण मला सतत जाणवत होतं की माझं आयुष्य मला या छोट्या खेड्याच्या पलीकडे घेऊन जाणार आहे.

मी तीन वर्षांचा होतो, तेव्हा तिबेटची राजधानी असणाऱ्या ल्हासामधून काही साधू आले. त्यांना तिबेटी बौद्ध धर्माचे आध्यात्मिक नेते दलाई लामा यांचा पुनर्जन्म असलेल्या मुलाचा शोध घ्यायचा होता. ते देशभर त्या मुलाचा शोध घेत होते. तिबेटमधील लाखो लोक तो मुलगा मिळाल्याची आनंदाची बातमी ऐकण्यासाठी आसुसले होते.

माझ्या कुटुंबातील कुणाच्या गावीही नव्हतं की तो मुलगा मी असेन; पण मी काही परीक्षा पास केल्या. ज्यात आधीच्या दलाई लामांच्या वस्तू मी नेमकेपणाने ओळखल्या. त्या अगदी माझ्याच वस्तू असल्यासारख्या हाताळल्या. तेव्हा आमच्या पाहुण्यांचं समाधान झालं. ते ज्या मुलाच्या शोधात होते, तो त्यांना सापडला होता.

अशा रीतीने वयाच्या चौथ्या वर्षी एका मोठ्या काफिल्यासह मी डोंगरातल्या नागमोडी वळणांतून ल्हासाचा प्रवास केला. तो तीन महिन्यांचा प्रवास होता. जसजसे नवे दलाई लामा सापडल्याची बातमी पसरत गेली, अधिकाधिक लोक त्या काफिल्यात सामील होऊ लागले.

मी माझ्या भावासोबत एका सुंदर पालखीतून जात होतो. आम्ही दोघेही खोडकर, टवाळ मुलं होतो आणि जेव्हा जेव्हा आम्हाला त्या छोट्याश्या पालखीत कोंडल्यासारखं व्हायचं, आम्ही आदळआपट करून त्या पालखीचा तोल घालवायचो. त्यामुळं उरलेल्या प्रवासात आम्हाला एकमेकांपासून वेगळं करण्यात आलं.

मी सहा वर्षांचा झाल्यावर, ल्हासामध्ये माझं अधिकृत शिक्षण सुरू झालं. माझा दिनक्रम अभ्यासानं भरलेला असायचा. मला स्वतःसाठी काहीच तास मिळायचे. मला वस्तू कशा काम करतात, त्याची कोडी उलगडत बसायला आवडायचं. मी तास न् तास खेळणी आणि घड्याळांचे भाग सुटे करून ते पुन्हा जोडत बसत असे किंवा चित्रपट प्रक्षेपक आणि कारच्या यांत्रिकीचा शोध घेत बसत असे.

माझा हा छंद मला अनेकदा अडचणीतही टाकत असे.

मला बौद्ध साधू म्हणून प्रशिक्षित केलं जात असताना, मी अनेक विषयांचा अभ्यास केला. ज्यात बौद्ध तत्त्वज्ञान आणि इतिहास, तर्कशास्त्र, जीवनविषयक तत्त्वज्ञान, काव्य, वैद्यकशास्त्र आणि तिबेटी व संस्कृत भाषेच्या अभ्यासाचा समावेश होता.

माझा आवडता विषय होता करुणा; कारण माझ्या आईने त्या विषयाचं बीज माझ्यात रोवलं होतं. माझा विश्वास आहे, की त्याच गोष्टीने मला पोटाला पॅलेस समोरच्या तुरुंगात डांबलेल्या लोकांना मुक्त करण्याची प्रेरणा दिली.

मी माझं संपूर्ण जीवन या विषयाच्या अभ्यासाला समर्पित केलं आहे आणि मला जाणीव आहे की हे जग अधिक करुणामय करण्यासाठी प्रयत्न करणं ही माझी जबाबदारी आहे.

लक्षणीय गोष्ट म्हणजे हा गुण आपल्या सर्वांमध्ये आहे आणि तुम्हा मुलांमध्ये तो अधिक प्रबळ आहे, यावर माझा विश्वास आहे.

विविध बौद्ध शिकवणी त्याची तुलना नुकत्याच फुलणाऱ्या अंकुराशी करतात किंवा रोपांच्या नव्या कोंबांशी करतात, जे अजून जोमाने वाढायचे असतात. पालक आपल्या मुलांना या अंकुरांसारखेच समजतात, विशेषतः त्यांना मोठं होताना पाहतेवेळी पालकांची अशीच भावना असते.

पण, मुलं फक्त शारीरिक दृष्टीने अंकुरांसारखी नसतात, तर त्यांच्यातील पोषण करण्याजोग्या मूल्यांमुळेही ती अंकुरांसारखी असतात. करुणेचं बीज प्रत्येक मुलात असतं. ते जन्मापासून आपल्यात असतं. तो आपल्या स्वभावाचा मूलभूत भाग आहे. ते बी प्रेमामुळे अधिक बहरतं.

तुम्ही आपल्या पाच ज्ञानेंद्रियांच्या दृष्टीने याचा विचार केला, तर लक्षात येईल की आपण माणसेच काही फार आकर्षक नाही.

हत्तीला लांब सोंड असते आणि आपण माणसं घेऊ शकणार नाही, असे फार लांबचे धूसर वासही ते घेऊ शकतात.

सशाचे उंच कान पाहा. तो ते मागे-पुढे करत आपल्याला ऐकता येणार नाहीत, असे आवाज ऐकू शकतो.

गरुडाचे डोळे तर उंच आकाशातून जमिनीवरची शिकार नेमकी टिपतात.

आपल्या ज्ञानेंद्रियांचा वापर आपल्याला इतर प्राण्यांपेक्षा खास ठरवत नाही.

पण, फक्त माणसांमध्येच शिस्त आणि प्रयत्नांच्या मदतीने मनाला प्रशिक्षित करण्याची क्षमता असते. हीच गोष्ट आपल्याला इतर प्राण्यांपासून वेगळं ठरवते.

हीच आपली सुपरपॉवर आहे.

आणि इथेच करुणेचं बी रुजतं. वाढतं.

विचार करा, जेव्हा तुम्ही शाळेच्या मैदानात खेळत असता, तेव्हा हसतमुखानं तुमचं स्वागत करणाऱ्या मुलांसोबत तुम्हाला खेळावंसं वाटेल की तुम्हाला पाहून कपाळावर आठ्या आणणाऱ्या मुलांसोबत खेळावंसं वाटेल?

अर्थात, तुम्हाला त्याच्याशीच खेळावंसं वाटेल, जो तुमचं निर्मळ हसून स्वागत करेल; कारण तुमच्यात आधीपासूनच इतरांमधील प्रामाणिक करुणा ओळखण्याची क्षमता आहे.

आत्मविश्वासातून करुणा बहरते आणि करुणेतून सामर्थ्य बहरतं.

पण, बहुतांशी वेळा आपलं जग भौतिक गोष्टींना महत्त्व देतं आणि आपल्याला आपल्या भोवतालच्या लोकांबरोबर स्पर्धा करण्यासाठी प्रवृत्त करतं. भौतिक जग पाच ज्ञानेंद्रियांवर आधारलेलं असतं. करुणा आपल्या मनात वसलेली असते, तो आपला असा वैशिष्ट्यपूर्ण भाग आहे, जो फक्त मानवाकडे आहे. तिथेच तुम्ही अधिक सामर्थ्यवान होऊ शकता आणि तुम्ही जगात काहीतरी सकारात्मक गोष्ट निर्माण करू शकता; कारण करुणा दुबळेपणाचं लक्षण नव्हे – ते सामर्थ्याचं लक्षण आहे.

जेव्हा तुम्ही एखाद्याला प्रेमाने, उबदार मनाने भेटता, तेव्हा ते तो प्रेमभाव अनुभवू शकतात.

असे वागण्याने तुम्ही तुमच्यासाठी आणि इतरांसाठी अधिकाधिक आनंद निर्माण करता.

जगात अधिकाधिक आनंद निर्माण करण्याचे अनेक सोपे मार्ग आहेत.

पण, त्याची तुम्हाला आधीपासूनच जाणीव आहे. आता तुम्ही त्या बीजाचं पोषण करून त्याचं संरक्षण करण्याची गरज आहे.

जेव्हा कोणी तुमच्याशी असहमत असेल, तेव्हा ते तुम्हाला समजून घेताना चुकत आहेत, असा विचार करण्यापेक्षा, तुम्ही त्यांना विचारायला हवं की, त्यांना तसं का वाटतं?

जेव्हा कोणी तुमच्यावर नाराज असेल वा दुखावलं गेलं असेल तेव्हा तुम्ही स्वतःतच मग्न राहू शकता किंवा ‘मी काय केल्यानं तुला बरं वाटेल?’ अशी त्यांची विचारपूस करू शकता.

असं वागणं कदाचित लगेचच जमणार नाही; पण जसजसे तुम्ही वाचायला, पोहायला, वाद्य वाजवायला शिकाल, तुमच्यात दिवसेंदिवस करुणा विकसित होत जाईल. त्यासाठी सराव गरजेचा आहे. आणि तुम्ही चुकलात किंवा तुम्हाला करुणादायी मार्गांची निवड करता आली नाही, तरी भविष्यात तशी संधी जरूर मिळेल, तेव्हा तुम्ही पुन्हा प्रयत्न करू शकता.

माझ्यावर अनेक जबाबदाऱ्या आहेत; पण हे जग अधिक करुणामय करण्यासाठी लोकांना मदत करत राहणं, ही त्यातील सर्वांत मोठी जबाबदारी आहे. आपण भूतकाळ बदलू शकत नाही. आपण त्यातून फक्त धडे घेऊ शकतो. अन्यथा तो आपल्या नियंत्रणाबाहेरचा आहे; पण आपण भविष्य बदलू शकतो. आणि तुम्ही लहान मुलं असल्यानं, तुमच्याकडे हे जग अधिक करुणामय बनवण्यासाठी, अधिक चांगलं आणि आनंददायी करण्यासाठीची साधनं आहेत.